கன்னித்தூறல்கள்

அ.மன்சூர் ரகுமான்
மு.விஜய பெருமாள்

ஏலே பதிப்பகம்

கன்னித்தூறல்கள்

ஆசிரியர் © **அ.மன்சூன் ரகுமான்**
மு.விஜய பெருமாள்

முதற்பதிப்பு 2021
பக்கங்கள் 57

ISBN 978-93-91423-17-9

புத்தகம் வெளியிடு
ஏலே பதிப்பகம்
aelaypublish@gmail.com
phone – 9944992571

Aelay Publish
www.aelaypublish.com

வாழ்த்துரை
கன்னித்தூறல்கள்

கவிதையை இலக்கியத்தின் அடர்த்தியான வடிவம் எனக் கூறலாம். ஆயிரம் பக்க நாவல் கடத்தும் உணர்ச்சியை நான்கு வரிக் கவிதை கடத்திவிடும். விரல்நுனி அளவு சர்க்கரை மூலப்பொருளில் இருந்து ஒரு அடி பஞ்சுமிட்டாய் பெருகி வருவதைப் போல சரியாக வார்க்கப்பட்ட கவிதை நமக்குள் பெரும் இரசாயன மாற்றத்தை நிகழ்த்தும்.
கவிதையை அடர்த்தியான செவ்வியல் இலக்கியவடிவம் எனக் கூறினாலும் வெகுசன மக்களிடம் இருந்து இடைவெளியைப் பேணாமல் நெருக்கமாகவே இருந்து வந்துள்ளது. உழைக்கும் மக்கள் அன்றாடம் பயன்படுத்தும் பழமொழிகளில் தொடங்கி, தாலாட்டு, ஒப்பாரி வரை கவிதை நயத்தை நம்மால் காண இயலும்.
அவற்றைப் போன்றே மக்களுக்கு நெருக்கமான கவிதைகளின் தொகுப்பாக கன்னித்தூறல்கள் உள்ளது. சாதாரண உணர்ச்சிகள் கூட கவிதைகளின் படிமங்களுடன் சேரும் போது பெரும் கடலாக முடிவுன்றி நீளுகின்றன.

"மண்ணு மணக்குதடி
அந்த முல்லைக் கொடி மலருதடி"
எத்தனையோ மலர்கள் இந்த மண்ணில் மலர்கின்றன. அவைகளுக்கு மணம் எங்கிருந்து கிடைக்கிறது? முல்லையாக இருந்தாலும், மரிக்கொழுந்தாக இருந்தாலும் மண்ணில் இருந்தே வாசனையின் மூலக்கூறுகளைப் பெறுகின்றன. மண்ணு மணக்குதடி, அந்த முல்லைக் கொடி மலருதடி. முல்லையாகவும் மரிக்கொழுந்தாகவும் மண்ணு மணக்குதடி. அழகான படிமம்.

ஆறடி பூமாலையை விட
அரை அங்குல ஒத்த ரோஜா பேரழகு.

ஆமாம் பேரழகு, அதற்கென்ன? சிறந்த தருணங்கள் கூட நீ பார்க்காவிட்டாலும் ஆறடி மாலையென நீள்கின்றன. ஆயினும் நீ பார்க்கும் ஒரு நொடி ஒத்த ரோஜாவின் பேரழகைப் போல உள்ளது.

ஆறடி பூமாலையை விட
அரை அங்குல ஒத்த ரோஜா பேரழகு.
ஒரு நொடி மட்டுமேனும் பார்த்துவிடேன்.

மூன்று வரிகளில் காதலின் உன்னதத்தை பேசுகிறது இக்கவிதை.

கன்னித்தூறல் கவிதை தொகுப்பில் இதைப்போன்ற பல படிமங்களையும் உன்னதத்தையும் உள்ளடக்கிய கவிதைகளை நம்மால் சாதாரணமாகக் காணமுடிகிறது. அதுதான் இத்தொகுப்பின் சிறப்பு. அருமையான இத்தொகுப்பை இணைந்து எழுதிய மன்சூர் ரகுமான், விஜய பெருமாள் ஆகியோருக்கு வாழ்த்துகள். மண்ணோடும் மக்களோடும் இணைந்த பல கவிதைகளை தமிழுக்குத் தர வேண்டும் என வாழ்த்துகிறேன்.

எழுத்தாளர்
சென்பாலன்

அன்புள்ள வாசகர்களே!

"கன்னித்தூறல்கள்" என்னும் இந்நூலின் வாயிலாக , என் கற்பனைகள் மற்றும் உண்மைச் சம்பவங்களை கவிதையாக உருமாற்றி உங்கள் உள்ளங்களில் பரவசமாய் ஒளித்திட இறைவனை வணங்கி ஆரம்பம் செய்கிறேன்...

இந்நூலில் இடம்பெற்ற அனைத்து கவிதைகளுக்கும் ஓர் தனித்துவம் உண்டு. பல வாசகங்கள் கொண்ட இந்தக் கவிதை நூல், பூந்தோட்டமாய் மணம் வீச , வசனங்கள் படர்ந்து கவிதை மழையாய் உங்கள் மனதில் நிரம்பி வழிய, என் விரல்களில் உள்ள எழுதுகோல் தூவிய சில தூறல்கள் என் இனிய கவிதைகள்...

கவிதைகளை வாசிக்கும் உங்களுக்கு, உங்கள் வாழ்வில் இதுபோல் சம்பவங்கள் நடந்துள்ளதை நினைவூட்டினாள், அது என் எழுத்துக்களுக்கு கிடைத்த அருட்கொடை என்று எடுத்துக் கொள்வேன். அதைத் தங்கத் தாம்பூலத்தில் ஏந்திக்கொள்வேன்...

முதல்முறையாக ஒரு புதிய முயற்சி,இதுவரை அறிமுகம் இல்லாத ஒரு அனுபவம், என் மனதில் கருமேகமாய் பலநாட்கள் சூழ்ந்து அங்குமிங்கும் மெல்ல நகர்ந்த வார்த்தைகள். இதுவே "கன்னித்தூறல்கள்" என்னும் இந்நூலின் பெயர் காரணம்...

நம் தமிழ் மண்ணின் பாரம்பரியம் "நாட்டுப்புற பாடல்கள்", கோடி செல்வம் முன் இருந்தாலும் அதை தோற்கடிக்கும் "மகளதிகாரம்", இளைஞர்களை கவரும் காதல் கவிதைகள், நம் வாழ்விற்கு அர்த்தம் சேர்த்து என்றும் நம் துணையாய் இருக்கும் மனைவி சார்ந்த கவிதைகள், மற்றும் பற்பல சுவைகளுடன் உங்களுக்காக படைக்கப்பட்ட ஒரு இனிய படைப்பு இந்நூல்...

இந்த நூல் வெளிவருவதற்கு சில முக்கிய கதாபாத்திரங்கள் உறுதுணையாய் என்னுடன் பயணித்தனர். அவர்களை உங்களுக்கு அறிமுகம் செய்வதில் பெரும் மகிழ்ச்சி அடைகிறேன். என் தாயார் மறைந்த ஹாஜி திருமதி பைரோஜா பேகம், என் தந்தை திரு. அப்பாஸ், என் மனைவி திருமதி. சப்னம் மன்சூர், என் மகன் முகமது ஃபாலிக், என் தமையன் திரு. முகமது இப்ராஹிம், மற்றும் இந்நூலின் துவக்கம் முதல் முடிவு வரை என்னை ஊக்குவித்த என் ஆருயிர் நண்பர் திரு விஜய பெருமாள் அவர்கள் ஆவர்...

என் இனிய வாசகர்களகளின் உதவியால் இந்த "கன்னித்தூறல்கள்" பெருமழையாய் பெருக்கெடுக்கும் என்று எண்ணி, உங்களின் ஆசிர்வாதத்துடன் இந்தக் கவிதை பயணத்தை துவக்கம் செய்கிறேன்...

நன்றி கலந்த வணக்கங்களுடன்!!!

இவன்,
அ. மன்சூர் ரகுமான்.

"ஒரு வாசகன் ஆசிரியன் ஆகும் அற்புத முயற்சி இது"

வந்தாரை வாழவைக்கும் திருப்பூரில் பிறந்த நான் இயன்முறை மருத்துவராய் (பிசியோதெரபிஸ்ட்) பயிற்சி செய்து வருகிறேன். மகனை மருத்துவ துறையிலும்,மகளை பொறியியல் துறையிலும் காலூன்ற வைத்து சிறிய தேநீர் கடை நடத்தி வரும் நேர்மையான உழைப்பாளிகளான முருகேஷ், மீனா பெற்றோருக்குப் பிறந்தவன் என்பதே என் முதல் பெருமை.

சிறுவயது முதல் திராவிட சித்தாந்தம் மூளையூன்றி வளர்ந்ததாலோ என்னவோ தமிழ் மீது அளப்பரிய அன்பு. இலக்கணம், இலக்கியம் அறிவு குறைவானாலும் ஆர்வம் மிகுதியால் இந்த கவிதை நூல் எழுதிய முயற்சி முடிந்திருக்கிறது. இப்படி ஒரு முயற்சி நடைபெறும் மூலகாரணம் நண்பர் திரு மன்சூர் ரகுமான் அவர்கள் மட்டுமே.

"**கன்னித்தூறல்கள்**" என்ற பெயர் காரணம் முதல் முயற்சி என்ற பொருள்பட, எழுத்துலகம் எனும் பெருங்கடலில் சிறு தூறல்கள் போல் எங்கள் கவிதை இருக்கட்டும் என்ற பேராசையே. இந்த புத்தகம் வெளிவர பலமடங்கு உழைத்த "ஏலே" பதிப்பகத்திற்கு, கவிஞன் மொழி அவர்களுக்கும் நன்றிகள் பல.

நான் எழுதியிருக்கும் அனைத்து கவிதைகளும் என் வாழ்நாளில் நான் எழுதியது. இவை அனைத்தும் என் மனைவி திருமதி சுகன்யாவிற்க்கும், மகள் மகிழ் நிலாவிற்கும் பரிசளிக்கிறேன்.

நூலுக்கு வாழ்த்துரை எழுதியிருக்கும் மருத்துவர் **சென் பாலன்** அவர்களுக்கும் மகிழ்வுடன் நன்றியுரைக்கிறேன். சிவகங்கையில் பிறந்து ஓமனில் மருத்துவராய் பணி புரிகிறார், வாசகர்களுக்கு எளிய தமிழில் அழகிய கருத்துக்களை ஆழமாய் கொடுக்கும் அற்புதத் திறமை படைத்த எழுத்தாளர். என்னை போன்ற கன்னி முயற்சியாளர்களுக்கு தன்னம்பிக்கையைத் தரும் இவரின் முயற்சியும், வளர்ச்சியும் **2018** ல் **அமேசான் கிண்டில் போட்டியின்** வெற்றியாளர்."**பரங்கிமலை ரயில் நிலையம்**" சென் பாலன் அவர்கள் எழுதிய நூல்களில் என்னை மிகவும் கவர்ந்தது. எல்லாம் தாண்டி கலைஞரின் உடன்பிறப்புகளில் ஒருவர்...

மீண்டும் சொல்கிறேன், "வாசகன் ஆசிரியன் ஆகும் அற்புத முயற்சி இது",,,,

அன்புடன்
மு. விஜய பெருமாள்

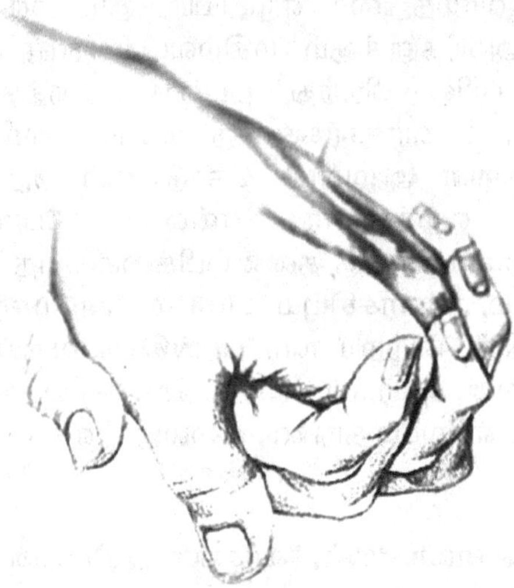

காதலதிகாரம்

- மு. விஜயபெருமாள்

சித்திரமே

அத்தைமக ரத்தினமே
அந்த பிரம்மன் வரைஞ்ச சித்திரமே,
கொமரி உன் வாசம் புடிக்க தாளம்பூ ஏங்குதடி,
சந்தனக் கட்டையும் தேயுதடி
உந்தாவணி உரசிப்போக ஊதக்காத்தும் சூடேறும் ,
மனுஷப்பய நான் மட்டும் மயங்காம போவேனோ?
எனை காணாம போனக்கூட
குறை உசிரா மறுநாளு காத்து நிப்பேன்,
செங்கெளுத்தி கண்ணால
ஓரப்பார்வை கண்டேனா ஆவியா அலைவேனே!
அத்தைமக ரத்தினமே
அந்த பிரம்மன் வரைஞ்ச சித்திரமே,

பூக்'கொலை'கள்

பூந்தோட்டம் பக்கம் வந்தாயோ, பூக்களின் தூக்கம் கலைத்தாயோ,
உன் வாசத்தில் தென்றல் மயங்கி வீசுதோ , முகம்கண்ட துளிர் மலர்கள் இருமடங்காய் விரியுதோ,
மலர்கொடிகள் கர்வம் அடங்கி ஓடிகிறது, உன் இடை கண்ட வெட்கத்தாலா?
மகரந்த மலர்களை துறந்தன கள்வண்டுகள், நடைபோடும் தேன் மலை உனை கண்டதாலா?
இதழ் விரித்து புன்னகைத்து தொலைக்காதே, பூக்களின் உயிரை வதைக்காதே...
பூந்தோட்டம் பக்கம் வந்தாயோ, பூக்களின் தூக்கம் கலைத்தாயோ...,,

முத்தம் எனும் மொத்தம்....

சித்தமெல்லாம் காதலிருக்க பித்தம் குறைந்தாலென்ன உடம்பில் ரத்தம் குறைந்தாலென்ன . முத்தத்தால் செய்யும் யுத்தம் மட்டுமே தீர்வு.. முதத்தால் முட்டி விட்டு போகாதே, அடைமழை போல் கொட்டி விட்டு போ...

இனியோவியம்....

கண்மணி உன்னை காணும் பொழுது
என் கண்களும் இனிக்குதடி..
இனிக்கும் ஓவியமா நீ
இனியோவியமா நீ...

முறைப்பொண்ணு
- அ.மன்சூர் ரகுமான்

"அத்தை மக"

ஒத்தையடி பாதையில,
அத்தமக நீ போகையில,
ஓரத்துல நானும் வரேன்,
அடி ஓரஞ்சாரம் பார்த்துடலாம்,

ஆலமரம் ஆழம் பார்க்கலாம்,
ஆத்தோரம் அயிரை கூட,
ஆயிரம் சேதி பேசலாம்.

ஓரஞ்சாரம் வேணாம்னு,
ஒதுங்கி நீயும் போகையில,
நோகுதடி என் மனசு,
உன்னோட நினைப்புல தான்.
அத்தமக உன் மனசில்,
நானும் வந்து குடியேற கோயிலுக்கு நேந்துகிட்டு ,
எழுதுரன்டி நாட்டுப்புறப்பாட்டு ஒன்னு!!!

மாமன் மக

மாமன் மக பூத்து நிக்க,
முறையா தூது சொல்ல,
முறைமாமன் நானும் வந்து,
ஓலைக்குடிசை கட்டி,
ஓரக்கண்ணால உன்ன நான் பாக்கையில,
ஏங்குதடி என் மனசு ,
தங்கத்தாலி ஒன்னு,
என் தங்கத்துக்கு பூட்ட சொல்லி!!!

ஊரடங்கும் வேளையிலே,
ஊதக்காத்தடிச்சு ,
என்ன காண துடிக்குரனு,
என் காதோரம் செய்தி சொல்ல ,
ஓட கரையோரம் ஓடோடி நானும் வந்தேன்!!!

அந்தி சாஞ்ச நேரத்தில்,
அந்த நிலா வெளிச்சத்துல,
அரசமரத்தோரம் நாம நின்னு,
காதல் சிந்து படிப்பதென்ன!!!

"மல்லிகைப்பூ ராட்டினம்"

பட்டு ரவிக்கை கட்டி,
பரவசமா நீ நடந்து வர,
உன் பாதம் நோகுமுனு,
பூ பாதை போட்டு வச்சேன்.

திருவிழாக் கூட்டத்துல,
தெம்மாங்கு நான் ரசிக்க,
தேனா பேசிகிட்டு,
என்ன தேடி வந்தவளே.

ராட்டினத்தில நீ சுத்த,
உனை சுத்தி நான் வந்து,
மல்லிகைப்பூ நான் கொடுக்க
உன் காந்த பார்வையிலே,
என்னை மயக்கி விட்டு போறவளே!!!

"ரவிக்கைத்துணி"

பட்டு உனக்கொரு ரவிக்கத்துணி வாங்கத்தான்,
பட்டிதொட்டி கடந்துபோய்,
பாவி நானும் வாங்கி வந்தேன்!!!

சிட்டு சினுக்கெடுத்து
நீ சிங்காரம் பண்ணத்தான்,
உன் ரவிக்க துணிக்கேத்த,
வளவி இரண்டு வாங்கி வந்தேன்!!!

அந்த ரவிக்கைத் துணியோரம்,
என்ன முடுஞ்சுக்கிட்டு,
காலம் கூடிவர காத்திருடி என் ராசாத்தி!!

"கொண்டையோரம்"

சின்னபொண்ணு சேலை கட்ட ,
சின்ன மச்சான் நானும் பார்த்தேன்,
உன் சின்ன மச்சான் நானும் பார்த்தேன்,

சிட்டு உன் கை புடிச்சு,
வளவி ரெண்டு போட்டு விட்டேன்,
நா வளவி ரெண்டு போட்டு விட்டேன்,

அந்த வளைவியோசை என் காதுல,
தெம்மாங்கு படிப்பதென்ன,
அடி தெம்மாங்கு படிப்பதென்ன!!!

அந்த கனகாம்பரம் நான் கொடுக்க,
கொண்டயோரம் நீ முடிஞ்சு,
காதல் வந்து சுரப்பதென்ன,
அடி காதல் வந்து சுரப்பதென்ன!!!

மனைவியதிகாரம்

- மு. விஜயபெருமாள்

"ஸ்பரிசம் "

எனைத் தேடி எடு...
கண்களால் , மூச்சுகாற்றால்,
விரல்கள் எனும் மயிலிறகால்,
ஸ்பரிசத்தால் என்னைதேடி எடு...
ஆம் வெகு தொலைவில் நான்,
உன் முதுகின் பின்னால்...

எல்லாமும்.....

இணையராய் வந்தாய்,என்
இதயமாய் வாழ்கிறாய்!!
எத்தனை வார்த்தைகள் தேடி பிடிக்க
அத்தனையும் பொழிவின்றி தேய்ந்து மறைய,
உன்னை வர்ணிக்க கவிதை எழுத,
அது காவியமாய் மாறுவதென்ன !
கவிதைகள் என்றும்
மிகைப்படுத்தப்பட்ட உணர்வுகள்,
உனக்கான கவிதைகள் என்றும்
குறைவுற்ற மதிப்பீடே,
எதை பற்றி எழுத
காதலின் ஸ்பரிசத்தையா,
கட்டிலின் சுவாசத்தையா,
குழந்தையின் குறும்புத்தனமா,
தோழியென உன் நட்புணர்வையா,,,
இலக்கணமற்ற இலக்கியம் நீ,
தலைக்கணமற்ற தலைவியும் நீ,
உயிருள்ள ஓவியம் நீ,
என் வாழ்வில் எல்லாம் நீ!!
இணையராய் வந்தாய், இதயமாய் வாழ்கிறாய்!

களத்து மேடு

- அ.மன்சூர் ரகுமான்

"தோப்போரம் "

அந்தி மாலைப் பொழுதுல,
அந்த மல்லிகைப்பூ தோட்டத்திலே,
மச்சான் உனக்காக கன்னி
நானும் காத்திருந்தேன்!!!

உன் மாமா வரலையான்னு,
அந்த மல்லிகைப்பூ கேட்கையிலே,
என் மச்சான் வரும் நேரம்,
அந்த மல்லிகைப்பூ அறிந்திடுமா!!!

உன் கட்டழகு தேகம் பார்த்து,
நாம கையகோர்க்கும் நளினம் பார்த்து
மல்லிகையை வெட்கப்பட வைக்கோணும்

அந்த மல்லிகைப்பூ தோட்டத்திலே,
மச்சான் கட்டியணைக்கயில,
உன் மேனிவாசம் அது,
மனக்குது என் மனசுக்குள்ள,
மல்லிகைப்பூ மனம் போல!!!

"மரிக்கொழுந்து"

மண்ணு மணக்குதடி,
அந்த முல்லை கொடி மலருதடி,
முல்லைக்கொடி மலரட்டும்டி,
என் மரிக்கொழுந்து நீயும் வாடி,
மரிக்கொழுந்து நீயும் வாடி....

முல்லை கொடி மலரயல,
உன் கோவக்கார மச்சான் என்ன,
கொஞ்சி புட்டு நீயும் போடி,
கொஞ்சி புட்டு நீயும் போடி....

அந்த முல்லைப்பூ தோட்டத்திலே,
நீயும் நானும் கொஞ்சயில ,
உன் கொலுசு சத்தம் கலகலக்கும் ,
உன் கொலுசோசை கேட்டு புட்டு,
முல்லைப்பூ கண்ணடிக்கும்,
அந்த முல்லைப்பூ கண்ணடிக்கும்!!!!!

கள்ளடிச்ச மச்சான்

பொன்னு விளையும் பூமியிலே
நாத்து நடும் பொம்பள நீ,
புல்லறுக்கும் வேளையிலே,
புள்ள ஒத்தாசை செய்யட்டுமா
கொஞ்சம் ஒத்தாசை செய்யட்டுமா?
களத்துமேட்டில் நானும் வந்து
களைப்பாற பேசட்டுமா,
புள்ள களைப்பாற பேசட்டுமா!!!

கூலி வாங்கி நீயும் வர
அதை குடுச்சு நான் தீர்த்துப்புட்டேன் ,
கள்ளடிச்சு நான் தீர்த்துப்புட்டேன்,

கள்ளு தந்த போதயெல்லாம்,
உன் கண்ணு தரும் போதை முன்னே
தோத்துதான் போயிடுச்சே
அடி தோத்து தான் போயிடுச்சு !!!

காதல் தூது
- மு. விஜயபெருமாள்

கால தேவதை 🤍

உன்னுடனான நிமிடங்கள்
மின்னலென ஓடும் ,
நீயில்லா நொடிகளோ
நத்தையென நகரும் ..
கால தேவதையோ நீ !!!

விசித்திர விண்வெளி...

பால்நிலா பெருகி
வெண் விழித்திரை ஆனதோ,
காரிருள் குறுகி கருவிழி ஆகுதோ,
விசித்திர விண்வெளி உன் கண்கள்....

ஓரப்பார்வை..

ஆறடி பூமாலையை விட
அரை அங்குல ஒத்த ரோஜா பேரழகு,,
ஒரு நொடி மட்டுமேனும் பார்த்துவிடேன்

ஆயுள்கால கர்ப்பிணி..

உன்னைக் காணும்முன்வரை
விழியென்று கிடந்த கண்கள்,
உனக்கு பிறகு கருவிழி என புனிதப்படுதோ
கருவாய் உன்னை கண்ணில் சுமக்க...
ஆயுட்கால கர்பிணியை ஒத்தப்பார்வை பாரேன்...

காதல்தூறல்

- அ.மன்சூர் ரகுமான்

"விதை"

விண்மீன்கள் ஓய்வெடுக்க,
கருமேகம் மத்தளம் கொட்டி,
வான்மழை மண்ணில் விழ,
முளைத்த விதைபோல் நம் காதலடி!!!

"காமம்"

காதலெனும் கவசம் பிளர்ந்து,
கள்வர்களாய் கட்டிலில் துளைந்து,
செம்புல சேறேன,
 பூவும் மணமென,
தமிழும் அமுதென கலந்து ,
மீண்டும் மீண்டும் காதலிக்கும்,
ஓர் இனிய அனுபவம் - காமம்.

"ரோஜா"

முட்களுக்கிடையில் வண்ணங்களால் மலர்ந்து,
காலை உதயத்தில் பனித்துளியால் நீராட்டி,
என்னவளின் கார்குழலில் அழகில் பேரழகு சேர்த்தது,
காதல் என்னும் உருவிலி உணர்வுக்கு தூதுவன் நீயே!!!

மகளதிகாரம்

- மு. விஜயபெருமாள்

1) துயில் மயிலாள்....

நீ உறங்கி கிடப்பதை
பார்த்துக் கொண்டே அருகில்
கிறங்கி கிடக்கிறேன் மகளே!
துயிலில் மயிலின் பேரழகு

"பூ பாதம் "

உன் பாத உரசல்களில்,
பூவிதழ்களை கரடு முரடாகவே உணர்கிறேன்,
ஞாயிறை கண்ட குளிர்பனியென,
என் மனத்தாங்கல்கள்
உன் பூபாத உதைத்தாங்கலில்
மாயமாய் மறையும் மர்ம்மமென்னவோ,,,

வரையறைக்குள் அடங்காதவள்

சொல்லில் அடங்கா பெருங்காவியம் ,
வண்ணத்தில் வடிக்கமுடியாத வானவில் ,
இன்பத்தில் இயற்ற முடியாத முதல் முத்தம் ,
இசையால் திசையறியா புது ராகம் ,
இலக்கணத்தில் சுட்ட முடியாத பேரிலக்கணம்
இவையனைத்தும் நீ மகளே !!!

நளினம்

ஓவியங்கள் வெட்கத்தில் ஒளிந்து கொள்ளும்,
நளின நடனங்கள் நாதியற்று நடந்து போகும்,
உன் அதிகாலை சோம்பல் முறிவின்
அழகை கண்டு... மகளே...

மனையாள்

- அ.மன்சூர் ரகுமான்

"அழகி"

அவ கெண்டக்கால் அழகும்,
கருங்கூந்தல் வளைவழகும்,
கானா குரலழகும்,
குறுங்கழுத்து நெழிவழகும்,
கண்டு ரசிக்கயில,
என் கண்ணு ரெண்டும் குளிருதடி!!!

ஆயுள் இணை

வந்தாள் என் வாழ்வின் பேரின்பமாய் –
துணையாய் ஆயுள் இணையாய்,
அவளுள் நான் நுழைய,
என்னுள் அவள் தழைய
அவள் உண்ட என் தேகம்,
என்னை மாற்றியது,
மாறியது நான் அல்ல,
மாற்றியது அவள் புன்னகை!!!

"தாரம்"

தாரமாக நீ வந்தால்,
தாய்போல் காத்திடுவேன்,
தாயாகவே நீயிருந்தால்,
என்னுதிரத்தில் உனைச்சேர்த்து,
என் உள்ளத்தில் குடி வைப்பேன்,
என்னவளே! என்று உன்னை அழைக்கையில்,
எண்ணமதில் திண்ணமாய் நிறைந்தாயடியே,
மங்கையராய் நீயிருக்கையில்,
உன் மடியில் மழலையாய் தவழ்ந்திடுவேன்,
உன்னவனாய் நானிருக்கையில் ,
என்னுள்ளத்தில் ஊடுருவி,
உயிரின் உயிராய் கலந்தாயடியே!!!

" கண்ணீர் கதைகள்"

கருவிழிகளில் உனை ஏந்தி,
இமைக்காமல் காத்திருக்கும்
என் கண்கள்!
கண்ணீரால் உரையாட,
அதில் நீந்தி கரை ஏறி,
நம் காதல் நினைவுகள்
கனவாய் மறைவது போல்!
எனைக் காணாமல் செல்பவளே,
காதலை கண்ணீரால் எழுதுகிறேன்!!!

கூந்தல் மணம்

அவள் கூந்தல் வளைவுகளில்
கொக்கி போல் நான் சிக்க
நுகர்ந்த அவள் மணம்
அவள் மனதை பிரதிபலிக்கிறதோ

வாழ் காவியம்

ரோஜா இதழில் மேடையமைத்து,
மல்லிகையால் நாற்காலிகள் செய்து,
முல்லை மலர்கள் இன்னிசைத்திட,
காதலெனும் வாழ் காவியம்
இனிதே நடைபெறட்டும்!!!

"விரிசல் "

உணர்வுகள் ஊடுருவி,
இதயத்தில் இடமேறி,
இணையும் நம் காதல்,
இன்னிசையென இசைத் திடவே,
இன்னும் பல்லாண்டு,
இனிமையாய் வாழ்ந்திடுவோம்,
என கனவுகள் கண்டேனடி!!!
நாவுகள் தடுமாறி,
வார்த்தைகள் தடமாறி,
வானின் மின்னல்போல்,
சிறிய ஒரு விரிசலென,
நம்முள்ளே நிகழ்ந்திடவே ,
இன்னல்கள் உயர,
இதயங்கள் உடைய ,
கதிரவனாய் மலர்ந்த நம் காதல்,
கானல் நீராய் மறைவதென்ன
கண்மணியே!!!

கதம்பம்

- அ.மன்சூர் ரகுமான்

"ஞாபகங்கள்"

கொக்கரக்கோ சேவல் சப்தம்
சாம்பல் பற்பொடிகள்
பளிச்சென்ற பற்கள்,
பழைய சோறும் பச்சை வெங்காயமும்
ஞாபகங்கள்....

பகுத்தறிவு பள்ளிக்கூடம்,
பகிர்ந்துகொள்ள நண்பர்கள்,
பயின்ற பள்ளியறை,
படிப்பித்த ஆசிரியர்கள்
ஞாபகங்கள்....

மாலை நேர விளையாட்டு,
எட்டணா பலகாரங்கள்,
வயலோர பூங்காற்று,
நுகர்ந்த மண்வாசனை
ஞாபகங்கள்....

இரவு நேர நிலாச்சோறு,
தாத்தா பாட்டி சிறுகதைகள்,
சுகமான உறக்கம்,
இனிய காலை உதயம்
ஞாபகங்கள்....

"முத்தம்"

பாலைவன உதடுகளில்,
ஈரம் பதிக்கும் உன் மென் இதழ்கள்
தேனமுதம் போல் சுவைக்கும் உன் உமிழ்நீர்
பருக பருக திகட்டாத பேரின்பம்!!!

" மழைமகள்"

சுட்டெரிக்கும் சூரியன் அனல் தணிந்து,
வெண்மேகம் கருமேகமாய் உருமாறிய
மஞ்சள் மாலைப்பொழுதில்
மண்வாசனையுடன்,
தேகம் குளிரவைக்க
தென்றல் உடன்வந்த மழையே,
உன்னை வா வா என்று
மனம் குளிர மலர்பெய்து வரவேற்கிறோம்!!!

" தந்தையின் தாலாட்டு"

தாலாட்டு நான் பாட,
அதைக் கேட்டுத் தலையாட்டும்,
எம்புதல்வனின் இன்முகத்தை ,
புகழாரம் பாடும்,
என்னவளின் புன்னகையில்,
என்றென்றும் நான் ஒளிந்திருக்கிறேன்!!!

நாட்டுப்புற பாடல்கள்

- அ.மன்சூர் ரகுமான்

"சோடிக்கூத்து"

மல்லுவேட்டி நான் உடுத்தி,
களையெடுக்கும் வேளையில,
கஞ்சிப்பான சுமந்து வந்து,
ஆகாரம் நீ கொடுக்க,
அந்த பூங்காத்து பேசுதடி!!!

அத்தானு நீ கூவ,
ஆத்தோரம் நானும் வந்து,
அந்த ஆலமர நிழலுல தான்,
காத்திருந்தேன் கண்ணு வச்சு பூத்திருந்தேன்!!!

ஆடிப்பாடி நீயும் வர,
அல்வாவும் நான் கொடுக்க,
அந்த ஒத்த மரம் பாக்குதடி ,
ஆடல் பாடல் நிகழ்ச்சி ஒன்னு!!!

"பொஞ்ஜாதி "

அம்மாடி வாசலுல - புள்ள
ஆசையில நீ இருக்க,
மல்லிகைப்பூ வாங்கி வந்து,
உன் மாமன் காரன் மயக்கிடுவேன்.

வாங்கி வந்த மல்லிகைப்பூ- புள்ள
உன் கொண்டையில மணமணக்க,
மாமன்காரன் மனசுலடி,
அந்த மல்லிகைப்பூ ஜெயித்திடுமா!!!

அஞ்சாறு மணியடிக்க,
ஆராரோ நீ பாடி- புள்ள
மூத்தவன் தூங்கவைக்க,
கூட ஒன்ன பெத்தெடுக்க,
உன் மாமன் காரன் துடிக்கிறேன்டி!!!

கந்தாங்கி நீ உடுக்க- புள்ள
உன் கொசுவத்துல நான் மடங்கி,
கட்டிலுல நான் கிடந்து,
மோகத்துல உன் மாமனடி!!!

"மாராப்பு"

மானமுள்ள பொம்பள நீ,
மாமன்காரன கண்டதுமே,
மாராப்ப ஒதுக்கி புட்ட,
அடி மாராப்ப ஒரதுக்கி புட்ட!!!

மாராப்பு ஒதுங்கி புட்டா,
மாமன்காரன் விடுவேனாடி,
மனசுக்குள்ள ஆசையெல்லாம்,
ஆறா பெருகி ஓடிடத்தான்,
கலகலப்பு ஆனதென்ன,
அடி கலகலப்பு ஆனதென்ன!!!

நாலு வாரம் ஆன பின்னே,
முழுகாம நீ இருக்க,
மாமன்காரண் மானத்ததான்,
கூறு கட்டி வித்ததென்ன,
அடி கூறுகட்டி வித்ததென்ன!!!!!

www.ingramcontent.com/pod-product-compliance
Lightning Source LLC
LaVergne TN
LVHW040336171026
850499LV00046B/2108
* 9 7 8 9 3 9 1 4 2 3 1 7 9 *

www.ingramcontent.com/pod-product-compliance
Lightning Source LLC
LaVergne TN
LVHW100337181026
850499LV00039B/1114

* 9 7 8 9 3 8 2 0 3 3 5 2 3 *

பிரபஞ்சம் முடிவற்றது
இப்போது வளர்ந்தும் வடிவத்தில் மாறியுமுள்ளது
நிர்வாணமாக இருந்த நாங்கள்
ஆடைகளைப் போர்த்திக் கொண்டிருக்கிறோம்
பெயரற்ற நாங்கள்
சொற்களால் உரையாடுகிறோம்

உலகை மயக்கமுறச் செய்யும் மர்ம வாசனையாகக்
கிளறப்படுகிற ஞாபகங்களில்
ஆன்மாக்களின் அழிந்துபோன உருவங்கள்
மேற்கிளம்புகின்றன.

எவரும் நம்புவதற்காக அல்ல

இப்போதிருந்து மூவாயிரத்து நூறாண்டுகள் முன்னொரு
பொழுதில்
எல்லைபிரிக்கப்படாத வெளியில்
நெருப்புக்கூட கண்டறியப்படாத
கடுங்குளிர் பெரும்மழை சுடும் வெப்பமென்றதெனூடும்
இயற்கை ஆவேசங்கொள்ளாத காலத்தே
நாங்கள் இருந்தோம்
இறுக அணைத்து முத்தமிட்டுக் கொண்டிருந்தோம்.

வேடர்களும் அம்புகளும் இல்லாத அங்கே
பறவைகள், மான்கள் ஆகிய எல்லாமுமிருந்தன
நாங்களும் இருந்தோம்
காற்றைச் சுமக்கிற காற்றாகி
ஆளையாள் சுமந்தபடி . . .

உறுதியாக,
எவரும் நம்புவதற்காக அல்ல
ஒழுங்கின்றிப் புதையுண்டு கிடக்கும் எண்ணற்றவர்களின்
ஞாபகங்கள்
புகைமூட்டமாக மேலேறியபடி மூடுவதிலிருந்தே முந்தைய
ஞாபகங்களைப் பதிகிறேன்
சிருஷ்டியின் முடிவற்ற வாழ்வை
ஒன்றிலிருந்து அது இன்னொன்றுக்குத் தப்பிப்பிழைப்பதை
உணர்வதும் அறிவதும் எளிதானதில்லை
ஒன்றுகூட்டிஎழுத்துக்களைப் படிப்பதுபோல
அறியக்கூடியதோ
தெளிவுபடுத்தும் வழிகாட்டி நூல்களைக் கொண்டதோ
இல்லை

சபதம்

பலவிதமான ஞாபகங்கள் உலுக்குகின்றன
துக்கமும் குமுறலுமாக
வெகு தொலைவுக்கு இழுத்துச் செல்கின்றன

மீளவேமுடியாத ஒரு வெளியை
உனக்காக நானே நெய்தேன்
என் ஆன்மாவுக்கு நேராக வீசுகிற காற்றை
முத்தமிட்டு உனக்கு அனுப்புகிறேன்

புதிய வீரியத்துடன் எழும்புகிற ஒவ்வொரு முறையும்
முதுகில் அலைகள் வீழ்கின்றன
குரல் கசிந்துருக
உடைந்த வார்த்தைகளைக்
காதலின் முதுசமாகச் சேமிக்கிறேன்

இடைவிடாத யாகத்தினால்
அற்புத சக்திகளுடன் ஓர் நாள் உயர்வேன்
தீர்க்கதரிசனங்களைப் பொய்யாக்கி
என்னை மீட்பேன்.